ROOH DIYAN GALLAN

ROOHJEET

Copyright © Roohjeet
All Rights Reserved.

To those who inspired it and will not read it.

Contents

Foreword

In my book I have written poetries that are relatable to many of us.

Preface

This book is a collection of poetries and songs I have written this book te express myslef .

Acknowledgements

I blame all of you.

Prologue

1. Teri Fermaish

ਜ਼ਜ਼ਬਾਤਾਂ ਨੂੰ ਲਫ਼ਜ਼ਾਂ ਵਿਚ ਪਰੋਣ ਲੱਗੀ ਆਂ
ਰੱਬ ਦੇ ਤੋਹਫ਼ੇ ਵਿਚ ਖ਼ੁਦ ਨੂੰ ਗਵਾਉਣ ਲੱਗੀ ਆਂ
ਇਕ ਤੇਰੀ ਫ਼ਰਮਾਇਸ਼ ਕਰਕੇ

ਤੇਰੇ ਕਰਕੇ ਮੈਂ ਇਕ ਗੀਤ ਲਖਿਆ ਹੈ
ਜ਼ਿੰਦਗੀ ਨੂੰ ਜਿਉਣ ਦਾ ਨਵਾਂ ਵੱਲ ਸਿੱਖਿਆ ਹੈ
ਆ ਠੰਡੀ ਹਵਾ ਵੀ ਹੁਣ ਮੈਨੂੰ ਮੋਹਣ ਲੱਗੀ ਆ
ਇਕ ਤੇਰੀ ਫ਼ਰਮਾਇਸ਼ ਕਰਕੇ

ਦਿਲਦਾਰ ਮਿਲੇ ਨੇ ਲੱਖਾਂ ਹੀ ਪਰ ਤੇਰੇ ਵਰਗਾ ਯਾਰ ਨੀ ਮਿਲਿਆ
ਕਈ ਚੇਹਰੇ ਨਿਤ ਨਵੇਂ ਫੱਬਦੇ ਨੇ ਪਰ
ਇਕ ਵਿਛੋੇ ਹਜ਼ਾਰ ਨੀ ਮਿਲਿਆ
ਜਿਨ੍ਹਾਂ ਤੋਂ ਨਫ਼ਰਤ ਸੀ ਓਹਨਾ ਨੂੰ ਵੀ ਚੋਣ ਲੱਗੀ ਆਂ
ਇਕ ਤੇਰੀ ਫ਼ਰਮਾਇਸ਼ ਕਰਕੇ

ਰੱਬ ਕਰੇ ਆਪਣੀ ਦੋਸਤੀ ਦੁਨੀਆਂ ਚ ਮਿਸਾਲ ਬਣਜੇ
ਕੋਈ ਕਵਿੇਂ ਇਨਾ ਹੈ ਕਰ ਸਕਦਾ
ਲੋਕਾਂ ਲਈ ਸਵਾਲ ਬਣਜੇ
ਕਦੇ ਖ਼ੁਦ ਨੂੰ ਤੂੰ ਟੋਹ ਕੇ ਵੇਖੀ
ਰੱਬ ਨੇ ਕੀ ਚੀਜ਼ ਬਣਾਈ ਆ
ਕਦੇ ਵੇਖੀ ਖ਼ੁਦ ਦੀ ਅਜ਼ਮਾਇਸ਼ ਕਰਕੇ
ਆ ਗੀਤ ਲਖਿਆ ਹੈ ਯਾਰਾ ਮੈਂ ਇਕ ਤੇਰੀ ਫ਼ਰਮਾਇਸ਼ ਕਰਕੇ
ਬੱਸ ਇਕ ਤੇਰੀ ਫ਼ਰਮਾਇਸ਼ ਕਰਕੇ

2. Wahjah

ਉਹ ਮੈਨੂੰ ਇਸ਼ਕ ਕਨੇ ਦੀ ਵਜ੍ਹਾ ਪੁੱਛਦਾ
ਵਜਾਹਵਾਂ ਅਸੀ ਕਦੇ ਲਭੀਆਂ ਹੀ ਨਹੀ
ਕਿਉਂਕਿ ਜਿਥੇ ਵਜ੍ਹਾ ਮੁਕਦੀ ਓਥੇ ਇਸ਼ਕ ਮੁਕਦਾ
ਉਹ ਰਾਵਾਂ ਅਸੀ ਕਦੇ ਲਭੀਆਂ ਹੀ ਨਹੀ
ਇੱਕ ਇਸ਼ਕ ਤਾ ਹੈ ਜੋ ਬਪੇਰਵਾਹ ਹੁੰਦਾ , ਬੇਦਗਾਹ ਹੁੰਦਾ , ਬੇਵਜ੍ਹਾ ਹੁੰਦਾ
ਜਿਥੇ ਇਜ਼ਹਾਰ ਮੋਹੋਬੱਤ ਹੋਜੇ
ਓ ਥਾਂ ਹੀ ਜਨ੍ਨਤ ਉਹ ਥਾਂ ਹੀ ਦਰਗਾਹ ਹੁੰਦਾ
ਜਿਸ ਕਰਕੇ ਯਾਰੀ ਨੂੰ ਇਨਕਾਰ ਹੋਜੇ
ਉਹ ਨਾਵਾਂ ਅਸੀ ਕਦੇ ਲੱਭੀਆਂ ਹੀ ਨਹੀ
ਉਹ ਮੈਨੂੰ ਇਸ਼ਕ ਕਰਨ ਦੀ ਵਜ੍ਹਾ ਪੁੱਛਦਾ
ਵਜਾਹਵਾਂ ਅਸੀ ਕਦੇ ਲੱਭੀਆਂ ਹੀ ਨਹੀ

3. Sade to sikhe

ਦਰਦ ਲੁਕਾਉਣਾ ਤਾ ਕੋਈ ਸਾਡੇ ਤੋਂ ਸਿੱਖੇ

ਹੰਝੂਆਂ ਚ ਮੁਸਕਰਾਉਣਾ ਤਾਂ ਕੋਈ ਸਾਡੇ ਤੋਂ ਸਿੱਖੇ

ਆ ਦਿਲ ਵੀ ਅਜੀਬ ਹੈ

ਜੇੜ੍ਹਾ ਕਦਰ ਨੀ ਕਰਦਾ

ਓਹਨੂੰ ਵੀ ਚੋਣਾਂ

ਤਾਂ ਕੋਈ ਸਾਡੇ ਤੋਂ ਸਿੱਖੇ

4. Just love

ਜ਼ਿੰਦਗੀ ਤੇਰੇ ਨਾਲ਼ ਬਤਿਓਨੀ ਆ
ਇਨਾ ਬਸ ਮੇਰਾ ਇਜ਼ਹਾਰ ਹੈ
ਜੋ ਤੂੰ ਇਕ ਸ਼ੈਤਾਨ ਹੈ
ਤਾਂ ਮੈਨੂੰ ਉਸ ਸ਼ੈਤਾਨ ਨਾਲ ਵੀ ਪਿਆਰ ਹੈ
ਡਰ ਬਿਨਾ ਕੋਈ ਕਾਇਰ ਨਹੀ ਬਣਦਾ
ਤੇ
ਦਰਦ ਬਿਨਾ ਕੋਈ ਸ਼ਾਇਰ ਨਹੀ ਬਣਦਾ

5. Snyaas

ਕਦੇ ਖੈ ਖੈ ਕੇ ਲੰਗਦਾ ਸੀ
ਹੁਣ ਨਗਾ ਵੀ ਨੀ ਮਾਰਦਾ
ਦਸ ਕਬਿ ਗਿਆ ਭੁਤ ਤੇਰੇ ਸਚੇ ਪਿਆਰ ਦਾ
ਵੇ ਹੁਣ ਕਰੇ ਆ ਪ੍ਰਤ ਤੈਨੂੰ ਚਬਿੜੋ
ਤੂੰ ਦਸ ਕਰੀ ਸ਼ਹਿ ਨਾਲ ਖੈ ਗਿਆ
ਸਾਨੂੰ ਦਾਰੂ ਉਤੇ ਲਾ ਕੇ ਪੱਟਹੋਣੇਆਂ
ਤੂੰ ਆਪ ਸਨਿਆਸ ਲੈ ਗਿਆ

6. Stars on my hands

ਤਾਰੇ ਤਾਰੇ ਤਾਰੇ ਨੇ
ਮੇਰੀ ਤਲੀਆਂ ਉੱਤੇ ਸੋਹਣਿਆਂ
ਖ਼ਸ਼ਬੂ ਬਣਕੇ ਘੁੰਮਦੇ ਆ
ਤੇਰੀ ਗਲੀਆਂ ਉੱਤੇ ਸੋਹਣਿਆਂ
ਸਾਨੂੰ ਤਾਂ ਨੀ ਤੂੰ ਗੱਲ ਮਾੜੀ ਹੈ
ਤੇਰੇ ਪਿੱਛੇ ਕੁੜੀ ਕਵਾਰੀ ਹੈ
ਸਾਡੇ ਦਿਲ ਦੀਆਂ ਕਿਉਂ ਨੀ ਬੁਝਦਾ ਤੂੰ
ਤੇਰੇ ਨਾਮ ਲੈਣੀ ਜ਼ਿੰਦ ਸਾਰੀ ਹੈ
ਇਕ ਤੈਨੂੰ ਲਖਿਣ ਲਈ ਵਾਰ ਦੂੰਗੀ
ਦੌਲਤ ਸਾਰੀ ਸਨਲੇ ਵੇ
ਮੈਂ ਕਵੀਆਂ ਉੱਤੇ ਸੋਹਣਿਆਂ
ਤਾਰੇ ਤਾਰੇ ਤਾਰੇ ਨੇ
ਮੇਰੀ ਤਲੀਆਂ ਉੱਤੇ ਸੋਹਣਿਆਂ
ਖ਼ਸ਼ਬੂ ਬਣਕੇ ਘੁੰਮਦੇ ਆ
ਤੇਰੀ ਗਲੀਆਂ ਉੱਤੇ ਸੋਹਣਿਆਂ

ਤੇਰਾ ਚਿਹਰਾ ਜਦਾਂ ਜਨਤੰ ਹੈ
ਤੇਰੀ ਖ਼ੁਸ਼ੀ ਹੀ ਮੇਰੀ ਮੰਨਤ ਹੈ
ਤੈਨੂੰ ਤੱਕ ਕੇ ਮਿਲਦਾ ਸਕੂਨ ਵੇ
ਤੂੰਹੀ ਜੀਣ ਦੀ ਮੇਰੀ ਹਿੰਮਤ ਹੈ
ਤੇਰੀਆਂ ਪੈੜਾਂ ਤੇ ਪੈਰ ਧਰ ਕੇ ਵੇ
ਇੰਝ ਲਗਦਾ ਹੈ ਜਿਵੇਂ ਤੁਰਪੇ ਵੇ

ਘਾਵਾਂ ਹਰੀਆਂ ਉੱਤੋ ਸੋਹਣਿਆਂ
ਤਾਰੇ ਤਾਰੇ ਤਾਰੇ ਨੇ
ਮੇਰੀ ਤਲੀਆਂ ਉੱਤੋ ਸੋਹਣਿਆਂ
ਖੁਸ਼ਬੂ ਬਣਕੇ ਘੁੰਮਦੇ ਆ
ਤੇਰੀ ਗਲੀਆਂ ਉੱਤੋ ਸੋਹਣਿਆਂ

ਤੂੰ ਚੰਨ ਮੇਰਾ ਮਈ ਰਾਤ ਤੇਰੀ
ਨਾ ਇਸ਼ਕ ਚ ਕਰ ਹੇਰਾ ਫੇਰੀ
ਤੂੰ ਰਾਜਾ ਤੇ ਮਈ ਰਾਣੀ ਆਂ
ਸਾਡੇ ਪਿਆਰ ਦੀ ਅਮਰ ਕਹਾਣੀ ਆਂ
ਥੋੜਾ ਸਾਡੇ ਤੇ ਵੀ ਅਹਿਸਾਨ ਕਰ
ਕਿਓਂ ਬਸ ਤੂੰ ਮਰਦਾ ਫਿਰਦਾ ਏਨਾ ਪਰੀਆਂ ਉੱਤੋ ਸੋਹਣਿਆਂ
ਤਾਰੇ ਤਾਰੇ ਤਾਰੇ ਨੇ
ਮੇਰੀ ਤਲੀਆਂ ਉੱਤੋ ਸੋਹਣਿਆਂ
ਖੁਸ਼ਬੂ ਬਣਕੇ ਘੁੰਮਦੇ ਆ
ਤੇਰੀ ਗਲੀਆਂ ਉੱਤੋ ਸੋਹਣਿਆਂ

ਤੈਨੂੰ ਲਖਿਨਾ ਚੰਨੀ ਆਂ , ਵੇ ਤਨਿ ਗਾਉਣਾ ਚੰਨੀ ਆਂ
ਰੂਹ ਦੀ ਇਨੀ ਖਵਾਇਸ਼ ਆ , ਤਨ ਚੰਨਾ ਚੰਨੀ ਆਂ
ਇਕ ਖਾਸ ਤੇਰੇ ਵਿਚ ਨੂਰ ਹੈ ਵੇ
ਐਵੇਂ ਤਾ ਨੀ ਧੜਕਨਾਂ ਤੇਰੇ ਮਾਰੀਆਂ ਉੱਤੋ ਸੋਹਣਿਆਂ
ਤਾਰੇ ਤਾਰੇ ਤਾਰੇ ਨੇ
ਮੇਰੀ ਤਲੀਆਂ ਉੱਤੋ ਸੋਹਣਿਆਂ
ਖੁਸ਼ਬੂ ਬਣਕੇ ਘੁੰਮਦੇ ਆ
ਤੇਰੀ ਗਲੀਆਂ ਉੱਤੋ ਸੋਹਣਿਆਂ

7. School

ਅੱਜ ਬੈਠੀ ਬੈਠੀ ਦੇ ਮਨ ਚ ਖਿਆਲ ਆ ਗਿਆ

ਸਕੂਲ ਦੀ ਜ਼ਿੰਦਗੀ ਕੀਨੀ ਛੇਤੀ ਮੁਕ ਗਈ

ਕਬਿੱ ਆ ਸਵਾਲ ਆ ਗਿਆ

ਆਖਰੀ ਬੈਂਚ ਤੇ ਬਹਿਣ ਦੀ ਅੜੀ ਹੁੰਦੀ ਸੀ

ਉੱਤੋਂ ਥਲੇ ਤਕ ਕੰਬ ਜਾਂਦੇ

ਜਦ *bio lab* ਚ ਬਰਾੜ ਮੈਮ ਖੜੀ ਹੁੰਦੀ ਸੀ

ਇਕ ਮਾਸਟਰ ਤੇ ਗੁੱਸਾ ਆਉਂਦਾ ਸੀ

ਪਛਿਲੇ ਦਰ ਤੋਂ ਕਰਦੇ ਸੀ ਬੰਕ

ਜਦ ਵੀ ਓ ਪੜਾਉਂਦਾ ਸੀ

ਲਾਇਬ੍ਰੇਰੀ ਦੇ ਦੱਸਾਂ ਹਲਾਤ ਯਾਰਾ

4 - 4 ਪੀਰਿਅਡ ਲੰਘ ਜਾਂਦੇ

ਓਮ ਸ਼ਾਂਤੀ ਮੈਡਮ ਦੀ ਵੱਖਰੀ ਸੀ ਗੱਲ ਬਾਤ ਯਾਰਾ

ਲੰਚ ਟੀਮ ਨੂੰ ਕਟੀਨ ਤੋਂ, ਛੁੱਟੀ ਵੇਲੇ ਮਾਮਾ ਟੀ ਸਟਾਲ ਤੋਂ ਮਲਿਦੇ ਸੀ

ਪਤਾ ਨਹੀ ਵਕਤ ਕਿਵੇਂ ਲੰਘ ਗਿਆ, ਉਹ ਨਜ਼ਾਰੇ ਨਹੀ ਹੁਣ ਮਲਿਦੇ ਜੀ

8. Hostel

ਅੱਜ ਫੇਰ ਕੀਤੇ ਯਾਦਾਂ ਦੀ ਕਤਾਬ ਖੋਲ ਲਈ
ਹੋਸਟਲ ਦੀ ਉਹ ਕੱਲੀ ਕੱਲੀ ਗੱਲ ਟੋਲ ਲਈ
ਹੌਰਾਂ ਦਾ ਤਾ ਪਤਾ ਨਹੀ ਪਰ ਸਾਡੀ ਜ਼ਿੰਦਗੀ ਵੱਖਰੀ ਸੀ
ਪਤਾ ਨਹੀ ਕੀ ਹੋ ਜਾਂਦਾ ਸੀ ਜਦ ਸਕੀਮਾਂ ਆਲੀ ਘੁੰਮਦੀ ਚਕਰੀ ਸੀ
ਅਲਾਰਮ ਦੀ ਥਾਂ ਵਾਰਡਨ ਦੀਆਂ ਝਾਂਜਰਾਂ ਦੀ ਆਵਾਜ਼ ਨਾਲ ਉਠਦੇ ਸੀ
ਬਿਨਾ ਮੂੰਹ ਧੋਤੇ, ਕਤਾਬਾਂ ਅਸੀ ਚੁੱਕਦੇ ਸੀ
ਜਦ ਵਾਰਡਨ ਨੇ ਉਥਾ ਤੁਰ ਜਾਣਾ ਅਸੀ ਫੇਰ ਰਜਾਈਆਂ ਚ ਮੁੜ ਜਾਣਾ
ਬਾਥਰੂਮ ਪਿੱਛੇ ਹੁੰਦੀ ਲੜਾਈ ਸੀ
ਇਕ ਦੂਜੇ ਤੇ ਬਾਲਟੀਆਂ ਨਾਲ ਪਾਣੀ ਡੋਲ
ਕੇ ਉਹ ਯਾਦ ਵੀ ਸਿਰਾ ਬਣਾਈ ਸੀ
ਜਦੋ ਬ੍ਰੇਕਫਾਸਟ ਲਈ ਜਾਣਾ ਹੁੰਦਾ ਸੀ
ਕੋਈ ਨਾ ਕੋਈ ਨਵਾਂ ਬਹਾਨਾ ਹੁੰਦਾ ਸੀ
ਕੋਈ ਚਾਰ ਪਰੌਠੇ ਨਵੱੜੇ ਜਾਂਦੀ
ਕੋਈ ਬਸ ਦਹੀ ਦੀ ਕੌਲੀ ਲਵੱੜੇ ਜਾਂਦੀ
ਫੇਰ ਤਿਆਰ ਹੋਣ ਦੀ ਵਾਰੀ ਆਉਦੀ ਸੀ
ਕੋਈ ਬਾਲ ਤੇ ਕੋਈ ਚੁੰਨੀ ਸੈੱਟ ਕਰਦੀ ਸੀ
ਸਕੂਲ ਦੇ ਨਜ਼ਾਰੇ ਵੀ ਅਥਰੇ ਵੀ
ਰੋਜ਼ ਹੀ ਰੈਫਰੇਸ਼ਮੈਂਟਸ ਨੂੰ ਲੈ ਕੇ ਹੁੰਦੇ ਬੜੇ ਨਖਰੇ ਸੀ
ਕੋਈ ਦੂਜਿਆਂ ਦੀ ਵੀ ਖਾ ਜਾਂਦੀ
ਕੋਈ ਉਨਹੇਲੱਠੀ ਓਹਨੂੰ ਕਹਿੰਦੀ ਸੀ
ਭਾਵੇਂ ਮੂੰਹ ਅਸੀ ਬਣਾ ਲੈਦੇ

ਪਰ ਰੂਹ ਤਾ ਹਸਦੀ ਰਹਿੰਦੀ ਸੀ
ਸਕੂਲ ਤੋਂ ਫੇਰ ਤੁਸ਼ਨ ਜਾਨ ਦਾ ਚਾਅ ਹੁੰਦਾ ਸੀ
ਉਸ ਵੇਲੇ ਤਾ ਇੰਜ ਲਗਦਾ ਸੀ
ਜਵਿੇਂ ਕੈਦਖਾਨੇ ਤੋਂ ਜਨ੍ਨਤ ਦਾ ਰਾਹ ਹੁੰਦਾ ਸੀ
ਤੁਸ਼ਨ ਤੋਂ ਆ ਕੇ ਕਈ ਪੜ੍ਹਾਈ ਤੇ ਕਈ ਗ੍ਰਾਉਂਡ ਵਲ ਨੂੰ ਹੋ ਜਾਂਦਾ ਸੀ
ਗ੍ਰਾਉਂਡ ਚ ਬੌਏਸ ਹੌਸਟਲ ਆਲਿਆਂ ਨਾਲ ਕਰਨੀਆਂ ਅੜੀਆਂ
ਉਹ ਵੇਲਾ ਦਲਿ ਨੂੰ ਮੋਹ ਜਾਂਦਾ ਸੀ
ਡਨਿਰ ਤੋਂ ਬਾਅਦ ਬਸ ਬੌਏਸ ਦੇ ਜਾਨ ਦੀ ਵੇਟ ਕਰਤੇ
ਫੇਰ *rounds* ਕੱਢ ਦੇ ਹੋਏ ਸਟੇਜ ਤੇ ਸੀਨ ਕ੍ਰਏਟ ਕਰਦੇ
ਹਸ ਖੇਡ ਕੇ ਸਾਰਿਆਂ ਨਾਲ ਰੂਮ ਵਲ ਚਲ ਜਾਂਦੇ ਸੀ
ਵਾਰਡਨ ਦੇ ਸੌਂ ਤੋਂ ਬਾਅਦ ਸੈਂਟਰ ਰੂਮ ਚ ਮਲਿ ਜਾਂਦੇ ਸੀ
ਉਸ ਨਜ਼ਾਰੇ ਦੀ ਹੁਣ ਕਰਦੇ ਆ ਤਲਾਸ਼ ਜੀ
ਜਦ ਰਾਤ ਦੇ 2 ਵਜੇ ਤਕ ਗੱਦੋ ਸੀ ਗਾਣੇ ਤੇ ਕੱਟਦੇ ਸੀ ਤਾਸ਼ ਜੀ

9. kaapi

ਤੂੰ ਤਾਂ ਤੇਰੇ ਗੀਤਾਂ ਨਾਲ ਦਿਲ ਪਰਚਾ ਲੈਨਾ
ਮੇਰੇ ਦਿਲ ਦੀਆਂ ਗੱਲਾਂ ਨਾ ਤੂੰ ਜਾਣੇ ਵੇ
ਮੇਰੇ ਨਾਮ ਤੇ ਜ਼ਿੰਦਗੀ ਭਾਂਵੇ ਕਰਤੀ ਤੂੰ
ਯਾਰਾਂ ਨਾਲ ਹੀ ਮੱਜਾਂ ਨਤਿ ਤੂੰ ਮਾਣੇ ਵੇ
ਸਰਦਾਰਾਂ ਦਾ ਵੀ ਇਸ਼ਕ ਬੜਾ ਹੀ ਅਜ਼ਬ ਜੇਹਾ
ਪਰ ਫਿਰ ਵੀ ਇਕ ਇਕ ਸਾਹ ਤੇ ਤੇਰਾ ਨਾਮ ਬੋਲੇ
ਖੁਦ ਤੋਂ ਪੂਰੀ ਕਾਪੀ ਨਹੀ ਮੈਂ ਮੰਗਦੀ ਵੇ
ਬਸ ਦਿਲ ਦੇ ਇਕ ਪੰਨੇ ਤੇ ਮੇਰਾ ਨਾਮ ਹੋਵੇ
ਤੇਰੇ ਗੁੱਸੇ ਤੋਂ ਨਹੀ ਦਰਦੀ ਕੜੀ
ਬਸ ਗੱਲ ਇਨੀ ਹੈ ਚੱਜੀ ਤੈਨੂੰ ਬੇਹੱਦ ਆਂ
ਤੈਨੂੰ ਖੋਣ ਤੋਂ ਘਬਰੌਨੀ ਆ ਸਰਦਾਰਾ ਵੇ
ਹੁਣ ਤੂੰ ਹੀ ਤੇ ਬਸ ਤੂੰ ਹੀ ਮੇਰਾ ਸਬ ਕਜ ਆਂ
ਮੈਂ ਨਹੀ ਕਹਿੰਦੀ ਕੇ ਤਾਜ ਮਹਲ ਬਣਾ ਦੇ ਵੇ
ਬਸ ਸੱਚਾਂ ਵਿਚ ਹੀ ਛੋਟੀ ਜੀ ਇਕ ਥਾਂ ਹੋਵੇ
ਖੁਦ ਤੋਂ ਪੂਰੀ ਕਾਪੀ ਨਹੀ ਮੈਂ ਮੰਗਦੀ ਵੇ
ਬਸ ਦਿਲ ਦੇ ਇਕ ਪੰਨੇ ਤੇ ਮੇਰਾ ਨਾਮ ਹੋਵੇ

10. Netagiri

ਨਾਂ ਝਾਂਜਰਾਂ ਨਾਂ ਛੱਲਾ ਨਾਂ ਹੀ ਦਿੱਤੀ ਕਦੇ ਗਾਨੀ ਵੇ

ਹੱਥ ਮੰਗਣਾ ਤਾਂ ਦੂਰ ਤੂੰ ਤਾਂ ਕਰਤਾ ਬੇਗਾਨੀ ਵੇ

ਛੱਤਰਾਂ ਦੀ ਘਾਟ ਮੈਨੂੰ ਜਾਪੇ ਤੇਰੇ ਵਿੱਚ

ਨਾਂ ਤੇਰਾ ਕੱਲਾ ਕੱਲਾ ਹੱਡ ਮੈਥੋਂ ਚੁਰ ਹੋ ਜਾਵੇ

ਜਿੰਨੇ ਲਾਰੇ ਕਾਕਾ ਨਤਿ ਮੈਨੂੰ ਲੱਨਾ ਏ

ਨੇਤਾਗਿਰੀ ਚ ਜੇ ਆਵੇਂ ਮਸ਼ਹੂਰ ਹੋ ਜਾਵੇਂ

ਕੀਤਾ ਹੈ ਪਿਆਰ ਦਿਲੋਂ ਕੱਢ ਵੀ ਨੀ ਸਕਦੀ

ਗੱਲ ਮੇਰੇ ਪਿਆ ਫਾਹਾ ਵਢ ਵੀ ਨੀ ਸਕਦੀ

ਫਾਹਾ ਵਢ ਵੀ ਨੀ ਸਕਦੀ, ਤੈਨੂੰ ਛੱਡ ਵੀ ਨੀ ਸਕਦੀ

ਦਨਿ ਵਚਿ ਸੱਢਨੇ ਵਖੱਨਾ ਆ

ਨਾ ਕੀਤੇ ਫਕਿਰਾਂ ਚ ਝੱਲੀ ਤੇਰੀ ਹੂਰ ਹੋ ਜਾਵੇਂ

ਜਿੰਨੇ ਲਾਰੇ ਕਾਕਾ ਨਤਿ ਮੈਨੂੰ ਲੱਨਾ ਏ

ਨੇਤਾਗਿਰੀ ਚ ਜੇ ਆਵੇਂ ਮਸ਼ਹੂਰ ਹੋ ਜਾਵੇਂ

11. Kambakht

ਕਹਿੰਦੇ ਆ ਜ਼ਿੰਦਗੀ ਦਾ ਪਹਿਲਾ ਪਿਆਰ ਕੋਈ ਨੀ ਭੁਲਦਾ

ਸੱਚ ਹੈ

ਮੈਨੂੰ ਵੀ ਓ ਪਹਿਲੀ ਮੁਲਾਕਾਤ ਯਾਦ ਹੈ

ਤੇਰੇ ਤੋਂ ਪੁੱਛਿਆ ਉਹ ਸਵਾਲ ਤੇ ਗੱਲ ਬਾਤ ਯਾਦ ਹੈ

ਤੈਨੂੰ ਲਗਦਾ ਸੀ ਬਸ ਤੇਰੇ ਹੀ ਜਜ਼ਬਾਤ ਨੇ

ਬਸ ਤੇਰੇ ਹੀ ਓਹਜੇ ਹਲਾਤ ਨੇ

ਪਰ ਨਾ

ਤੂੰ ਮੈਨੂੰ ਜਾਣਦਾ ਵੀ ਨਹੀ ਸੀ ਉਸ ਤੋਂ ਪਹਿਲਾਂ ਤੇਰੇ ਤੇ ਦਿਲ ਹਰ ਤਾ ਸੀ

ਅੱਲੜ ਪਣੇ ਵਿਚ ਆ ਕੇ, ਤੇਰੇ ਵਲ ਖਿੱਚੀ ਸੀ

ਚਲ ਜੋ ਵੀ ਸੀ, ਪਿਆਰ ਤਾਂ ਸੀ

ਰੱਬ ਸੀ ਜਾਂ ਹਲਾਤ ਸੀ, ਆਪਣਾ ਮਿਲਣਾ ਮਨਜ਼ੂਰ ਨਹੀ ਸੀ

ਮੇਰੀ ਤਾ ਮੈਂ ਦਸਤੀ ਤੈਨੂੰ ਪਰ ਤੂੰ ਤਾ ਮਜਬੂਰ ਨਹੀ ਸੀ

ਮੈਂ ਡਰਦੀ ਸੀ ਲੋਕਾਂ ਦੀਆਂ ਗੱਲਾਂ ਤੋਂ

ਤੂੰ ਬਸ ਇਨਾ ਕਹਿੰਦਿਆ ਕੇ ਇਤੰਜ਼ਾਰ ਕਰੂੰਗਾ ਤੇਰਾ

ਪਰ ਤੈਨੂੰ ਤਾ ਓ ਵੀ ਕਬੂਲ ਨਹੀ ਸੀ

ਮੈਂ ਚੱਦੀ ਸੀ ਤੂੰ ਮੁੜ ਆ, ਤੂੰ ਆ ਵੀ ਗਿਆ

ਤੇ ਮੇਰੇ ਦਿਲ ਚ, ਤੇਰੇ ਤੋਂ ਫੇਰ ਦੂਰ ਹੋਣ ਦਾ ਡਰ ਬਠਾ ਵੀ ਗਿਆ

ਸਭ ਪਹਿਲਾ ਵਰਗਾ ਹੋਜੇ ਮੈਂ ਅੱਜ ਵੀ ਆ ਆਸ ਕਰਦੀ ਆ

ਤੇਰੇ ਤੋਂ ਫੇਰ ਯਕੀਨ ਹੋਜੇ, ਤੈਨੂੰ ਨੀ ਪਤਾ ਮੈਂ ਕੀਨੀ ਅਰਦਾਸ ਕਰਦੀ ਆ

ਹੋਰਾਂ ਦਾ ਤਾ ਮੈਂ ਨਹੀ ਜਾਣਦੀ, ਪਰ ਮੇਰਾ ਤਾ ਦੂਜਾ ਇਸ਼ਕ ਵੀ ਬੇਮਿਸਾਲ ਸੀ

ਜਿਨ੍ਹਾਂ ਓਹਨੇ ਮੈਨੂੰ ਚਾਖਾ, ਓ ਪਿਆਰ ਸਾਚੀ ਕਮਾਲ ਸੀ

ਤੇਰੇ ਤੋਂ ਦੂਰ ਹੋਣ ਦਾ ਖਿਆਲ ਕੋਈ ਨੀ ਸੀ

ਤਨ ਛੱਡਣ ਦੀ ਸਾਡੀ ਮਜਾਲ ਕੋਈ ਨੀ ਸੀ

ਪਰ ਡਰ ਲਗਦਾ ਸੀ ਤਨ ਹੋਰ ਦੁੱਖ ਦਨੇ ਤੋਂ

ਨਹੀ ਤਾ ਤੂੰ ਵੀ ਜਾਣਦਾ ਤੇਰੇ ਤੋਂ ਬਿਨਾ ਸਦਾ ਹਾਲ ਕੋਈ ਨੀ ਸੀ

ਮਾਫੀ ਮੰਗਦੇ ਆ ਵਾਪਸ ਆ ਨੀ ਸਕਦੇ

ਤੇਰੀ ਜ਼ਿੰਦਗੀ ਚ ਫੇਰਾ ਪਾ ਨੀ ਸਕਦੇ

ਤੂੰ ਖ਼ੁਸ਼ ਰਹੀ ਹਮੇਸ਼ਾ , ਬਸ ਹਰ ਵੇਲੇ ਆਹੀ ਦੁਆ ਮੰਗਦੇ ਆ

ਮਨਿਆ ਕੇ ਅੱਡ ਹੋਣ ਦਾ ਫੈਸਲਾ ਮੇਰਾ ਸੀ , ਪਰ ਪਤਾ ਨੀ ਕਿਊਂ ਪੀੜ ਗਾ ਉੱਠਦੀ

ਹੈ

ਜਦ ਵੀ ਤੇਰੀਆਂ ਯਾਦਾਂ ਚੋਂ ਲੰਗਦੇ ਆ

End Matter

ਮੇਰਾ ਨਾਮ ਰੂਹਜੀਤ ਕੌਰ , ਜੀਸਿ ਨੇ ਵੀ ਇਸ ਕਿਤਾਬ ਨੂੰ ਪੜ੍ਹਿਆ , ਧਨਵਾਦ . ਮੈਨੂੰ ਪਤਾ ਬਹੁਤ ਸਾਰੇ ਲੋਕਾਂ ਨੂੰ ਪੜ੍ਹ ਕੇ ਕੁਝ ਖਾਸ ਤਾ ਨੀ ਲਗਿਆ ਹੋਣਾ ਪਰ ਮੇਰੇ ਲਈ ਆ ਮੇਰੇ ਜਜ਼ਬਾਤਾਂ ਦੇ ਨਾਲ ਨਾਲ ਕਾਫੀ ਕੀਮਤੀ ਯਾਦਾਂ ਵੀ ਨੇ . ਆ ਕਿਤਾਬ ਮੈਂ ਇਸ ਲਈ ਲਿਖੀ ਕਿਓਕਿ ਦੁਨੀਆਂ ਨਾਲ ਆਵਦੇ ਅਹਿਸਾਸ ਨੂੰ ਵੰਡ ਕੇ ਬਸ ਥੋੜੀ ਕੁਸ਼ੀ ਦੇਣਾ ਚੰਦੀ ਸੀ . ਤੇ ਜੋ ਥੋਨੂੰ ਇਹਨੂੰ ਪੜ੍ਹ ਕੇ ਖੁਸ਼ੀ ਮਿਲੀ ਤਾ ਜ਼ਰੂਰ ਦਸਿਓ , ਤੇ ਜੋ ਨਹੀ ਮਿਲੀ ਤਾਂ ਫੇਰ ਆਪਾਂ ਕਰ ਵੀ ਕੀ ਸਕਦੇ ਆ . ਹੁਣ ਇਕ 19 ਸਾਲ ਦੀ ਕੁੜੀ ਨੇ ਸਬ ਨੂੰ ਖੁਸ਼ ਕਰਨ ਦਾ ਠੇਕਾ ਤਾ ਨਹੀ ਨਾ ਲੈ ਰੱਖਿਆ ਹਨਾਂ

My name is Roohjit Kaur, whoever read this book, thanks. I know that many people may not find anything special after reading it, but for me, along with my passions, there are also many precious memories. I wrote this book because I wanted to give a little comfort by sharing my words. And if you get pleasure from reading it, then tell me, and if you don't get it, then we can do nothing about it . Now a 19-year-old girl has not taken the contract to please everyone

Your Feedback

...